LIỀU LĨNH LÀ ĐÚNG

Thà từ bỏ mạng sống mình, còn hơn lãng phí nó

JOHN PIPER
Lời đề tựa bởi David Platt

Liều Lĩnh Là Đúng: Thà từ bỏ mạng sống mình còn hơn lãng phí nó
Bản quyền © 2013 bởi Desiring God Foundation
Được phán hành bởi Crossway,
   mục vụ xuất bản của Nhà xuất bản Good News
   Wheaton, Illinois 60187, U.S.A.
Ấn bản nầy là hợp đồng với Crossway.
Đã được cấp phép.
Quyển sách nầy là sản phẩm của Mục vụ Tiên Phong đã được phép chuyển ngữ sang tiếng Việt. Mọi hành vi sao chép dưới bất kỳ hình thức nào đều phải được phép của Mục vụ Tiên Phong hoặc nhà xuất bản Crossway.
Thiết kế bìa: Mục vụ Tiên Phong
Dịch giả: Daniel Doan
Trình bày: Mục vụ Tiên Phong
Các trích dẫn Kinh Thánh trong quyển sách nầy được lấy từ *Bản dịch Truyền thống 1926* và *Bản dịch Truyền thống Hiệu đính 2010* do Thánh Kinh Hội cho phép. Tất cả câu Kinh Thánh được in nghiêng đều do tác giả thêm vào.
Sách ISBN: 978-1-9562-1000-2
ePub ISBN: 978-1-9562-1001-9

Mục vụ Tiên Phong ra đời để chuyển ngữ và xuất bản tài liệu Cơ Đốc, để rao truyền sự vinh hiển của Đức Chúa Trời, vì sự vui mừng của người Việt, đặc biệt là qua sự chịu khổ, trong Đức Chúa Jêsus Christ.
Website: www.tienphong.org
Email: info@tienphong.org

MỤC LỤC

Lời đề tựa 5

1. Ý nghĩa tột bực của sự sống 15

2. Liều lĩnh là gì? 21

3. Những câu chuyện liều lĩnh trong Cựu Ước 33

4. Người liều lĩnh vĩ đại trong Tân Ước 41

5. Khi con cái Đức Chúa Trời liều lĩnh
   và lúc họ không liều lĩnh 49

6. Những lý do đúng sai để liều lĩnh 55

7. Số 8 vĩ đại và nền tảng cho sự liều lĩnh 61

8. Khía cạnh sâu xa của mỗi cuộc liều lĩnh
   bằng đức tin: Tình yêu đắc thắng 73

Về tác giả 83

Mục vụ Tiên Phong 85

LỜI ĐỀ TỰA
David Platt

Rút lui hay liều lĩnh? Xuyên suốt chiều dài lịch sử cứu rỗi, câu hỏi nầy luôn đặt ra cho những ai thuộc về Đức Chúa Trời. Với những gì mục sư tác giả John Piper đưa ra trong quyển sách để tham khảo nầy, đây là một quyết định mà dân Y-sơ-ra-ên phải đối diện trong ngày rất quan trọng tại Ka-đe Ba-nê-a. Đứng ngay bờ mép của vùng Đất Hứa, với sự đảm bảo của Đức Chúa Trời nắm thật chắc chắn trong tay, họ chạy trốn thay vì liều lĩnh xông lên. Thay vì phó thác mạng sống của mình trong sự thành tín của Đức Chúa Trời, họ chùn lại trong sự sợ hãi. Cái giá phải trả quá lớn và Chúa đã bỏ mặc cả một thế hệ lãng phí nơi đồng vắng cho đến chết.

Sứ mạng rất rõ ràng. Ngày hôm nay, chúng ta là dân thuộc về Đức Chúa Trời đang đứng tại cùng một khoảnh khắc như vậy. Chúng ta đang sống trong một thế giới mà gần như một nửa dân số của trái đất nầy đang phải sống dưới mức 2 đô-la mỗi ngày, và hơn một tỉ người phải sống ở những nơi nghèo đói nhất. Linh của sự nghèo đói đang bao trùm lấy hầu hết những nhu cầu thuộc thể nầy. Hàng tỷ người bị mê hoặc trong sự thờ lạy những thần tượng giả dối, và gần như 2 tỷ người ngày hôm nay vẫn chưa được nghe về Phúc Âm, tức là họ không có đến dù chỉ một lần nghe về sự hy sinh của Đấng Christ cho tội lỗi của họ trước khi tắt thở. Hầu hết các dân tộc chưa được vươn đến đều tồn tại trong những nơi chống nghịch lại với Cơ Đốc giáo – những khu vực trên thế giới nầy đang bắt bớ, bỏ tù và giết chết những anh chị em của chúng ta.

Dầu những khó khăn thử thách mà hội thánh đang phải đối diện là rất lớn, nhưng sứ mạng mà Đấng Christ ban cho chúng ta là rất rõ ràng: hãy môn đồ hóa muôn dân. Hãy dành cuộc đời của mình để rao truyền Phúc Âm của Đức Chúa Trời vì cớ sự vinh hiển của Đức Chúa Trời cho đến tận cùng cõi đất. Khi đi, hãy tin cậy nơi quyền tể trị tối cao của Ngài, nương cậy vào sự hiện diện của Ngài ở trong lòng chúng ta, và kinh nghiệm niềm vui không thể so sánh được của Ngài.

Vì chúa Jêsus

Khi đứng tại Ka-đe Ba-nê-a của mình, chúng ta có một lựa chọn. Chúng ta, cũng vậy, có thể chạy trốn vào trong đồng vắng để lãng phí mất cơ hội. Chúng ta có thể thỏa mãn yên nghỉ trong đời sống Cơ Đốc rất bình thường, tiện nghi, ấm cúng, thoải mái khi bám dính vào sự an ninh và an toàn mà thế gian nầy đang cung ứng cho.

Chúng ta có thể lao thẳng vào một nền văn hóa tuyệt vời được đánh dấu bằng chủ nghĩa vật chất, với những nét tiêu biểu bằng quyền lợi cá nhân và đắm mình trong cái chủ nghĩa cá nhân đó. Chúng ta có thể tán thành với tinh thần của thời đại nầy và chọn để sống một đời sống tìm kiếm những sự khoái lạc của đời, chiếm hữu những của cải của thế gian và đeo đuổi những khát vọng mang tính tầm cỡ thế giới – tất cả đều nằm dưới câu khẩu hiệu là văn hóa Cơ Đốc giáo.

Hay chúng ta có thể quyết định rằng Chúa Jêsus xứng đáng hơn những điều đó. Chúng ta có thể nhận biết rằng chính Ngài đã tạo nên chúng ta, cứu chúng ta và kêu gọi chúng ta cho một mục đích lớn lao hơn bất kỳ điều gì mà thế giới nầy có thể cung ứng cho chúng ta. Chúng ta có thể làm chết cái tôi của mình, những điều chúng ta đang trông cậy, những mơ ước của chúng ta, những khao khát, những điều chúng ta ưu tiên và kế hoạch của chúng ta. Chúng ta có thể làm hết thảy những điều nầy bởi vì chúng ta tin rằng Đấng Christ và kế hoạch của Ngài đem lại phần thưởng khiến cho việc liều lĩnh trở nên xứng đáng hơn bất kỳ điều gì khác.

Thêm sức lực bởi niềm vui của Phúc Âm

Trong Ma-thi-ơ 13:44 Chúa Jêsus phán cùng các môn đồ rằng: "Nước thiên đàng giống như của báu chôn trong một đám ruộng kia. Một người kia tìm được thì giấu đi, vui mừng mà trở về, bán hết gia tài mình, mua đám ruộng đó".

Tôi rất thích hình ảnh nầy. Thử tưởng tượng đang bước đi trên một cánh đồng, rồi vấp phải một kho báu có giá trị hơn những gì bạn bỏ công sức mà có được, hay tìm kiếm suốt cả đời cũng chẳng thấy được. Nó có giá trị hơn bất kỳ điều gì bạn đang có hiện tại hay sẽ có trong tương lai. Bạn nhìn xung quanh và thấy rằng chẳng ai biết có kho báu đang tồn tại ở đây, bạn lấp nó lại thật nhanh và quay đi, giả vờ như chẳng biết gì cả. Bạn đi vào thị trấn và bắt đầu bán đi tất cả tài sản của mình để có đủ tiền mua cả miếng đất đó. Mọi người nghĩ bạn bị điên.

"Anh đang nghĩ gì vậy?" bạn bè và người thân trong gia đình hỏi bạn.

Bạn nói với họ rằng: "Tôi mua miếng đất đằng kia".

Họ nhìn bạn với thái độ không thể tin được. "Thật ngu xuẩn", họ nói, "tại sao lại bán hết tất cả để mua miếng đất đó?"

Bạn đáp rằng: "Tôi có linh cảm" rồi bạn cười với chính mình trong khi ngoảnh mặt đi tới đó. Bạn cười vì bạn biết rằng: sau những gì đã xảy ra, mọi người liều lĩnh mà không nhận được gì cả trong khi bạn liều lĩnh để nhận được phần thưởng. Vì thế với sự vui mừng – với sự vui mừng! – Bạn bán hết tất cả. Tại sao? Bởi vì bạn đã tìm thấy một điều đáng giá đến nỗi có thể mất đi mọi thứ khác.

Đây là hình ảnh về Chúa Jêsus trong Phúc Âm. Ngài là điều đó – là Đấng –

xứng đáng để chúng ta bỏ hết thảy mọi sự mình có. Khi chúng ta thực sự tin điều nầy, thì hãy liều lĩnh mọi thứ mà chúng ta đang có, để biết và vâng lời Đấng Christ không còn là sự hy sinh nào đó nữa. Đây chỉ là một ý thức rất bình thường. Bỏ đi những gì đang đeo đuổi, những của cải, những thú vui, chỗ an toàn và sự an ninh của thế gian nầy để theo Chúa Jêsus đến bất kỳ nơi nào Ngài dẫn dắt, cho dù cái giá phải trả là gì đi nữa, thì sự không phải là hy sinh đó cũng giống như một lựa chọn khôn ngoan vậy. Jim Elliot nói rằng: "Người khôn ngoan là người từ bỏ những gì không thể nắm giữ để có được những điều không thể đánh mất".

Can đảm trong sự liều lĩnh
Tôi ngợi khen Đức Chúa Trời vì cớ John Piper và cách ông bày tỏ cho tôi và rất nhiều người khác nữa về uy quyền tối cao của Đấng Christ. Khi còn ở trường cao đẳng cũng chính là thời điểm đầu tiên tôi được nghe thấy bài giảng của mục sự Piper, có đề tựa là: "Đấng Christ chết vì cớ

Đức Chúa Trời". Tôi bị bắt lấy bởi một sự mặc khải đầy quyến rũ và rất Kinh Thánh về một Đức Chúa Trời khao khát vinh hiển của chính Ngài, và tôi đã bắt đầu nhận ra một cách đầy mới mẻ lý do tối hậu vì sao tôi tồn tại trên đất nầy chính là để tôn cao vinh hiển của Đức Chúa Trời. Hơn thế nữa, tôi bắt đầu nhận ra niềm vui lớn nhất thực sự được tìm thấy là ở trong vinh hiển cả thảy của Đức Chúa Trời, và Đấng Christ rõ ràng là một kho báu đáng để từ bỏ hết thảy mọi sự để có được Ngài. Đây là một chủ đề chính (có lẽ là lẽ đạo trọng tâm) của Kinh Thánh và là lẽ thật chiếm ưu thế nhất trong chức vụ của John Piper, là lý do vì sao ông viết quyển sách về sự liều lĩnh nầy đem lại quá nhiều ý nghĩa đến như vậy.

Tôi cầu xin Đức Chúa Trời sử dụng quyển sách nầy, cùng với những điều khác nữa, để dấy lên một đạo quân các mục sư, những giáo sĩ, những lãnh đạo hội thánh và những tín hữu hội thánh là những con người dũng cảm trên bình diện của sự liều lĩnh bởi vì họ nhận biết điều đó trong Đấng Christ, thậm chí ngay cả việc từ bỏ mạng sống mình cũng là phần thưởng quý báu nữa. Trong góc nhìn hướng về sự vinh hiển cả thảy thuộc về Đức Chúa Trời, đối với chúng ta và với nhu cầu rất lớn của thế giới xung quanh, rút lui là hành động sai lầm không đáng để đặt câu hỏi. Vì những ích lợi cho linh hồn của chúng ta và vì cớ sự vinh hiển của Đấng Cứu thế, sự liều lĩnh là việc làm đúng đắn nhất.

Chương 1

Ý NGHĨA TỘT BỰC CỦA SỰ SỐNG

Hầu như mọi thứ tôi có thể nói đều được tóm gọn trong từng lời chứa đầy sự nhiệt thành của sứ đồ Phao-lô gởi cho hội thánh tại Phi-líp:

"Tôi có lòng trông cậy chắc chắn nầy, việc chi tôi cũng chẳng hổ thẹn cả, nhưng bao giờ cũng thế, tôi nói cách tự do mọi bề, như vậy, dầu tôi sống hay chết, Đấng Christ sẽ được cả sáng trong mình tôi. Vì Đấng Christ là sự sống của tôi, và sự chết là điều ích lợi cho tôi vậy". (Phi-líp

1:20-21)

Nếu bạn đã từng đặt câu hỏi về sứ đồ Phao-lô đâu là mục tiêu cuối cùng của sự sống thì – chính đời sống của ông hay của bất kỳ đời sống không lãng phí nào – tôi nghĩ rằng đây là câu trả lời của ông. Làm sáng danh Đấng Christ, tán dương Đấng Christ, làm mọi sự để tôn cao Đấng Christ. Đó là ý nghĩa cuộc sống của Phao-lô. Điều nầy cũng cần phải trở thành ý nghĩa cuộc sống của chúng ta. Và Phao-lô cầu nguyện để điều nầy sẽ trở thành lý do cho sự chết của ông nữa. Chúng ta sống và chúng ta chết đi, tất cả đều vì cớ Đấng Christ.

Cả vũ trụ nầy được tạo nên vì cớ điều nầy – để tôn cao Đấng Christ. Sứ đồ Phao-lô cũng nói như thế trong Cô-lô-se 1:16 rằng: "bởi Ngài và vì Ngài mà được dựng nên cả". Vì Ngài. Tức là, vì sự vinh hiển của Ngài. Vì sự tán tụng, kính mến, sự diệu kỳ, sự ngợi khen, sự tin cậy, sự vâng phục, bổn phận, thờ phượng dành cho Ngài. Đây là ý nghĩa sự sống mang tính toàn cầu. Ở đây bao gồm tất cả mọi dân tộc trên thế giới nầy. Vì sao Đức Chúa Trời kêu gọi Phao-lô và khiến ông – cũng như hàng ngàn người sau ông – trở thành đặt phái viên để đem Phúc Âm đến với các dân tộc? Ông trả lời rằng: "nhờ Ngài chúng ta đã nhận lãnh ân điển và chức sứ đồ, để đem mọi dân ngoại đến sự vâng phục của đức tin, vì danh Ngài" (Rô-ma 1:5). Vì Danh của Chúa Jêsus.

Sau khi Chúa Jêsus chịu chết đền tội, Đức Chúa Trời đã khiến Ngài sống lại từ trong kẻ chết và "đem Ngài lên rất cao, và ban cho Ngài danh trên hết mọi danh" (Phi-líp 2:9). Lý do Đức Chúa Trời làm như vậy là vì cớ những tiếng hoan hô ca ngợi Chúa Jêsus Christ. Đức Chúa Trời đã khiến Chúa Jêsus sống lại "hầu cho nghe đến danh Đức Chúa Jêsus, mọi đầu gối trên trời, dưới đất, bên dưới đất, thảy đều quì xuống" (Phi-líp 2:10). John Stott luôn đưa ra lời cảnh báo chống lại những âm mưu sử dụng sứ mạng toàn cầu như một cái áo che đậy việc đeo đuổi vinh hiển riêng cho chính đất nước của mình hay hội thánh hay tổ chức hay cho chính bản thân cá nhân nào đó. Sau đó, ông nói tiếp một cách đầy kinh ngạc như sau: "Tuy nhiên, chỉ có một chủ nghĩa đế quốc duy nhất là Cơ Đốc giáo, tức là nói đến sự oai nghi của Vua Jêsus Christ và vì cớ sự vinh hiển của triều đại hay vương quốc của Ngài".[1]

Đây là lý do chúng ta sống và cũng là lý do để chết, tức là: vì tất cả quy thuộc về Chúa Jêsus Christ và sự vinh hiển và vương quốc trong toàn cõi vũ trụ nầy của Ngài. Tiếng hò reo duy nhất trong cuộc đời của chúng ta, già hay trẻ, nam hay nữ, giàu hay nghèo, là sự vinh hiển thuộc về Chúa Jêsus Christ hầu cho với tất cả sự can đảm mà chúng ta có để tôn cao Đấng Christ trong chính thân thể của mình, dù sống hay chết.

---

1. John Stott, *Sứ điệp của sách Rô-ma* (Downers Grove, IL: InterVasity, 1994), 53.

Có hàng ngàn cách để tôn cao Đấng Christ trong sự sống và cái chết. Không một điều nào bị xem thường cả. Tất cả đều quan trọng. Nhưng không có một điều nào làm cho giá trị của Đấng Christ trở nên sáng láng hơn bằng tình yêu hy sinh vì người khác trong danh Chúa Jêsus. Nếu Đấng Christ xứng đáng đến nỗi sự trông cậy đời đời, theo sau sự chết của Ngài, ngay lập tức, giải phóng chúng ta khỏi nỗi sợ hãi của sự chết và khiến chúng ta dám từ bỏ chính mạng sống của mình vì người khác, thì tình yêu hy sinh tôn cao vinh hiển của Đấng Christ đó thực sự khác so với bất kỳ điều gì trên thế giới nầy.

Kinh Thánh cho chúng ta biết rằng Chúa Jêsus chịu lấy thập tự giá "vì sự vui mừng đã đặt trước mặt mình" (Hê-bơ-rơ 12:2) – niềm vui được làm cho sống lại từ cõi chết, đem lại sự vinh hiển cho Đức Chúa Cha, cứu rỗi loài người khỏi sự hư vong, làm mới lại toàn cõi vũ trụ và được vây lấy bởi rất nhiều người không thể đếm được tôn thờ Ngài đến đời đời. Thì chưa từng có một hành động yêu thương vĩ đại nào bằng sự từ bỏ chính mình của Chúa Jêsus để cứu rỗi tội nhân (Giăng 15:13; Rô-ma 5:6-8). Do đó, hành động yêu thương vĩ đại nầy được thúc đẩy bởi sự trông cậy đầy vui mừng vượt trổi hơn cả hầm mộ của sự chết.

Nếu Chúa Jêsus đi qua trũng bóng chết vì cớ chúng ta bằng sự trông cậy vui mừng trong sự hiện diện của Đức Chúa Trời, thì chúng ta sẽ rất kiêu ngạo nếu cho rằng chúng ta có thể đi qua trũng bóng chết vì cớ người khác mà không cần đến sự trông cậy vui mừng như Ngài. Các tín hữu đầu tiên dâng của cải và sự sống của họ vì cớ người khác bởi vì họ biết rằng bên kia sự chết, Chúa Jêsus là phần thưởng lớn nhất của họ. "Vì anh em đã thương xót kẻ bị tù, và vui lòng chịu của cải mình bị cướp, bởi biết mình có của cải quí hơn hằng còn luôn" (Hê-bơ-rơ 10:34).

Bây giờ chúng ta sẵn sàng đề cập về sự liều lĩnh.

Chương 2
LIỀU LĨNH LÀ GÌ?

Nếu khao khát trọn vẹn duy nhất của chúng ta là vì cớ Đấng Christ dù sống hay chết, và nếu cuộc đời tôn cao Ngài nhất là cuộc đời phải trả giá vì tình yêu thương, vậy thì sống là liều lĩnh và liều lĩnh như thế là đúng đắn. Né tránh điều nầy tức là lãng phí cuộc đời mình.

Liều lĩnh là gì?

Tôi định nghĩa sự liều lĩnh rất đơn giản, ấy là một hành động có thể khiến bản thân mình phải mất mát hay bị tổn hại. Nếu bạn dám liều lĩnh, bạn có thể phải mất mát tiền của, bạn có thể mất đi thể diện, bạn có thể mất đi sức khỏe hay thậm chí là mạng sống của mình. Và tệ nhất là gì, nếu bạn liều lĩnh, bạn có thể khiến người khác gặp nguy hiểm theo chứ không chỉ bạn thôi đâu. Liệu một người khôn ngoan và yêu thương mọi người có dám liều lĩnh chăng? Tự đặt mình vào tình trạng bị mất mát như vậy có khôn ngoan không? Yêu thương là khiến người khác bị nguy hiểm sao? Việc từ bỏ mạng sống có giống như việc lãng phí nó không?

Điều nầy còn tùy. Tất nhiên, bạn có thể ném cuộc đời của mình vào hàng trăm con đường tội lỗi và kết quả là cái chết. Trong trường hợp nầy thì việc từ bỏ mạng sống và lãng phí nó hoàn toàn giống nhau. Nhưng việc từ bỏ mạng sống và lãng phí cuộc đời không phải lúc nào cũng giống nhau đâu. Chuyện gì nếu những hoàn cảnh không cần phải liều lĩnh vẫn bị mất mát hay chịu tổn hại thì như thế nào? Vậy thì việc giữ cho cuộc đời nầy an toàn là thiếu khôn ngoan. Và chuyện gì nếu một sự liều lĩnh thành công đem lại nhiều ích lợi cho người khác, còn những điều tổn hại chỉ nhận lấy về phần mình thì sao? Vậy thì có lẽ không nên lựa chọn sự sung túc hay an ninh trong khi có những điều tốt hơn có thể thực hiện vì cớ Đấng Christ và vì cớ ích lợi của nhiều người.

Sự liều lĩnh đã được thêu dệt trong đời sống có giới hạn của chúng ta

Tại sao lại có sự liều lĩnh? Bởi vì có những thứ đại loại như sự không biết. Nếu tương lai là rõ ràng, thì chẳng bao giờ có sự liều lĩnh. Sự liều lĩnh phải xảy ra là vì chúng ta không biết mọi thứ sẽ diễn ra như thế nào. Điều nầy có nghĩa là Đức Chúa Trời có thể

---

2. Cách nhìn nầy rõ ràng và có ý nghịch lại với cái gọi là "thuyết hữu thần tự do", là thuyết tin rằng Đức Chúa Trời liều lĩnh với ý nói rằng Ngài không biết kết cuộc của những sự kiện mà chính Ngài cho phép diễn ra. Thí dụ, quan điểm nầy được trình bày bởi John Sanders, *The God Who Risks: A Theology of Providence* (Downers Grove, IL: InterVasity, 1998); và Gregory A. Boyd, *Satan and The Problem of Evil: Constructing a Trinitarian Warfare Theodicy* (Downers Grove, IL: InterVasity, 2001), và tôi tin là có sự phê bình rất mạnh mẽ, R. K. McGregor Wright, *No Place for Sovereignty: What's Wrong with Freewill Theism?* (Downers Grove, IL: InterVasity, 1996); Bruce A. Ware, *God's Lesser Glory: The Diminished God of Open Theism* (Phillipsburg, NJ: P&R, 2001); và John Piper, Justin Taylor, Paul Kjoss Helseth, *Beyong The Bounds: Open Theism and The Undermining of Biblical Christianity* (Wheaton, IL: Crossway, 2003).

không cần đến sự liều lĩnh.² Ngài biết kết cuộc mọi lựa chọn của Ngài trước khi những sự đó xảy ra. Đây mới là Đức Chúa Trời thực sự trái ngược hẳn với những thần tượng của các dân tộc (Ê-sai 41:23; 42:8-9; 44:6-8; 45:21; 46:8-11; 48:3). Và khi Ngài biết kết quả mọi hành động của Ngài từ trước khi nó xảy ra, thì Ngài định kế hoạch theo như thế. Sự toàn tri của Ngài thống trị mọi sự liều lĩnh nào có thể xảy ra.³

Nhưng với chúng ta thì không như vậy. Chúng ta không phải là Đức Chúa Trời; chúng ta là những kẻ không biết gì. Chúng ta không biết ngày mai sẽ như thế nào. Đức Chúa Trời không cho chúng ta biết Ngài dự định làm gì vào ngày mai hay chừng 5 năm nữa như thế nào. Rõ ràng Đức Chúa Trời dự định để chúng ta sống và hành động trong sự không biết và không chắc chắn về rất nhiều hậu quả cho

---

3. Xem thêm lý do tại sao Đức Chúa Trời không thể là một nhà liều lĩnh trong quyển sách của John Piper, *The Pleasures of God: Meditations on God's Delight in Being God*, tái bản lần 3 *(Colorado Springs: Multnomah, 2012)*, 40-46.

từng hành động của chúng ta.

Ngài phán với chúng ta, ví dụ, trong Gia-cơ 4:13-15 như sau:

Hỡi anh em, là kẻ nói rằng: Hôm nay hoặc ngày mai, ta sẽ đi đến thành kia, ở đó một năm, buôn bán và phát tài, song ngày mai sẽ ra thể nào, anh em chẳng biết! Vì, sự sống của anh em là chi? Chẳng qua như hơi nước, hiện ra một lát rồi lại tan ngay. Anh em phải nói trái lại: Ví bằng Chúa muốn, và ta còn sống, thì ta sẽ làm việc nọ việc kia.

Bạn không biết liệu trái tim của mình có ngừng đập trước khi đọc xong trang giấy nầy hay không. Bạn không biết liệu một gã lái xe máy nào sẽ đi chệch làn đường của anh ta rồi đâm sầm vào bạn để được lên báo trong tuần tới đâu. Bạn cũng chẳng biết thức ăn trong nhà hàng có con vi khuẩn chết người nào hay không. Bạn không biết liệu cơn đột quỵ sẽ bất ngờ xảy ra trước khi tuần nầy trôi qua hay không, hay một gã nào đó với khẩu súng bắn chết bạn ngay tại trung tâm mua sắm nào đó chăng. Chúng ta không phải là Đức Chúa Trời. Chúng ta không biết ngày mai sẽ như thế nào.

Đập tan ảo tưởng về sự an toàn

Do đó, sự liều lĩnh được thêu dệt trong cuộc đời có giới hạn của chúng ta. Chúng ta không thể né tránh được thậm chí cho dù chúng ta muốn cách mấy đi nữa. Sự không biết và sự không chắc chắn về ngày mai là bầu không khí rất tự nhiên của chúng ta. Tất cả những kế hoạch cho ngày mai có thể sẽ bị đảo lộn bởi hàng ngàn sự kiện không biết trước được liệu chúng ta có ở nhà hay trên đường đi đâu đó chăng. Một trong những mục tiêu của tôi là đập tan ảo tưởng về sự an toàn và bằng cách nào đó giải phóng bạn thoát khỏi niềm vui được ở trong sự an ninh đó. Bởi vì đó là ảo tưởng. Nó không hề tồn tại. Mọi khuynh hướng mà bạn chọn, đều có những sự kiện và nhiều thứ vượt quá tầm kiểm soát của chúng ta.

Việc tìm kiếm vô ích một nơi không có sự liều lĩnh để tồn tại đã làm tê liệt rất nhiều người trong số chúng ta. Tôi đã từng nếm trải điều nầy trong vai trò làm mục sư của mình. Có những quyết định cần phải đưa ra, nhưng tôi không thể nhìn thấy quyết định nào là tốt nhất. Có quá nhiều thứ không thể biết trước được. Sự cám dỗ là bỏ chạy – nếu không phải về phương diện vật lý, thì lại là về mặt cảm xúc. Hãy suy nghĩ thử một điều nào đó chẳng hạn. Từ bỏ. Trì hoãn. Hy vọng vấn đề sẽ trôi qua. Nhưng chẳng có gì thay đổi. Cái chứng tê liệt đó chẳng làm gì được. Chứng tê liệt vì sợ hãi phải đưa ra quyết định chẳng làm gì được cả. Đó là sự hèn nhát. liều lĩnh là điều duy nhất để tiến tới phía trước.

Bonhoeffer với việc căm thù sự thiếu quả quyết

Dietrich Bonhoeffer đã hít lấy bầu không khí khủng hoảng nhiều nhất trong cuộc đời của ông. Điều nầy thậm chí khiến vấn đề về sự quả quyết ảnh hưởng đến sự sống và cái chết. Và thậm chí trước khi có thời điểm như vậy, thì đã có vấn đề về tình yêu thương.

Bất kỳ nơi nào Bonhoeffer quan sát tại Châu Âu vào năm 1934 thì đều có những Cơ Đốc nhân luôn do dự. Các "Cơ Đốc nhân người Đức", trong làn sóng giáo hội toàn cầu – mọi người đều ủng hộ ngoại trừ Hít-le. Sợi dây thòng lọng của chủ nghĩa Phát-xít ở trên hội thánh tại Đức rất chặt chẽ, không một ai dám liều lĩnh hành động.

Bonhoeffer và những người bạn của ông cuối cùng cũng phải xuất hiện. Một "hội thánh tin lành" dấy lên, tranh đấu để được tự do khỏi sự kèm cặp của Đệ Tam Đế Chế. Một "Thần học của Barmen" đã được phổ biến. Nhưng bấy giờ, Bonhoeffer nài xin phải có hành động.

Vào ngày 7 tháng 4 năm 1934, ông viết một lá thư gửi cho Henry Louis Henriod, nhà thần học người Thụy sĩ, lãnh đạo Hiệp Hội Cơ Đốc Giáo Thế Giới. Ông kêu nài sự hỗ trợ cho các mục sư và Cơ Đốc nhân tại Đức, là những người biết rõ (hiểm họa dành cho họ) rằng hội thánh không còn là hội thánh nữa. Ở đây chúng ta học được những hiểm họa của việc do dự. Bonhoeffer đã viết rằng:

Một quyết định cần được đưa ra dù vấn đề có là gì, việc chờ đợi một dấu hiệu nào đó từ trời sẽ giải quyết hoàn toàn sự khó khăn không để lại thêm vấn đề nào nữa là điều không tốt. Ngay cả phong trào đại kết cũng cần phải sẵn sàng và có thể phải đối diện với rắc rối, như về mặt con người chẳng hạn. Nhưng việc trì hoãn và thoái thác đơn giản là vì bạn sợ phạm sai lầm, trong khi những người khác – tôi muốn nói tới những anh em của chúng ta hiện đang ở Đức – phải đưa ra nhiều quyết định khó khăn hơn mỗi ngày, dường như với tôi điều nầy đi ngược lại với tình yêu thương. Trì hoãn hay không đưa ra quyết định có thể còn đáng tội hơn cả việc đưa ra quyết định sai xuất phát từ đức tin và tình yêu thương.

Câu nói cuối cùng xứng đáng để phải xem xét lại. Tránh né sự liều lĩnh còn đáng tội – không có tình yêu thương – hơn việc liều lĩnh trong đức tin và tình yêu thương, và việc đưa ra một quyết định sai lầm. Trong chức vụ của tôi, tôi thường nói như vầy sau khi phải đưa ra một quyết định khó khăn trong khi cả hai khuynh hướng đều gây khó nhọc cả: "Đây là lý do vì sao tôi yêu quý Phúc Âm". Việc không làm gì cả cần sự tha thứ cũng như việc nỗ lực hết sức và phạm sai lầm.

Đôi khi có một sự ích kỷ tinh vi đằng sau vấn đề né tránh việc liều lĩnh. Có một thái độ đạo đức giả lèo lái chúng ta sẵn sàng chịu lấy rủi ro mỗi ngày cho bản thân mình nhưng lại làm chúng ta bị tê liệt khi phải liều lĩnh vì người khác trên còn đường yêu thương đến với đồi Gô-gô-tha. Chúng ta hoàn toàn bị lừa với suy nghĩ cho rằng việc liều lĩnh như thế có thể gây nguy hiểm cho sự an ninh mà thực chất không hề tồn tại. Cách đơn giản nhất mà tôi hy vọng có thể đập tan ảo tưởng về sự an toàn và làm tan biến ảo tưởng an ninh trong bạn đó là nhờ Lời của Chúa và cho bạn thấy rằng việc liều lĩnh là đúng đắn vì cớ Đấng Christ. Việc liều lĩnh vì tình yêu thương để tôn cao vinh hiển của Đấng Christ là điều cần phải làm.

Chương 3

NHỮNG CÂU CHUYỆN LIỀU LĨNH TRONG CỰU ƯỚC

Thật tuyệt khi sứ đồ Phao-lô đã nói vài điều rất chung về toàn bộ Cựu Ước – và tôi cho rằng những lời đó càng đúng đối với Tân Ước. Ông nói rằng: "Vả, mọi sự đã chép từ xưa đều để dạy dỗ chúng ta, hầu cho bởi sự nhịn nhục và sự yên ủi của Kinh Thánh dạy mà chúng ta được sự trông cậy" (Rô-ma 15:4). Tất cả những câu chuyện lịch sử, tất cả luật pháp, tất cả những câu nói châm ngôn và thi thiên, tất cả những lời tiên tri – "mọi sự đã chép" – đều có ý cho chúng ta được sự trông cậy (hy vọng).

Và sự hy vọng là sức mạnh thực sự để yêu thương trong những hoàn cảnh nguy hiểm đáng sợ nhất. Sự trông cậy mà Đức Chúa Trời ban cho là nguồn sức mạnh để liều lĩnh vì ích lợi của người khác. Sứ đồ Phao-lô khuyên những tín hữu tại Cô-lô-se về "sự yêu thương của anh em đối với mọi thánh đồ, vì cớ sự trông cậy để dành cho anh em ở trên trời" (Cô-lô-se 1:4-5). Yêu thương vì có sự trông cậy. Vậy, vì yêu thương, hãy xem thử "điều gì được chép để chúng ta được sự trông cậy" – một vài câu chuyện liều lĩnh trong Cựu Ước.

"Nguyện Đức Giê-hô-va làm theo ý Ngài lấy làm tốt"

Hãy bắt đầu với II Sa-mu-ên 10. Người Am-môn sỉ nhục các sứ giả của dân Y-sơ-ra-ên và khiến họ trở nên ghê tởm trước mặt Đa-vít. Để bảo vệ chính mình, người Am-môn đã chiêu mộ dân Sy-ri để hiệp lại với họ đặng chống nghịch với dân Y-sơ-ra-ên. Giô-áp, là tổng binh dân Y-sơ-ra-ên, thấy rằng mình đang bị bao vây bởi dân Am-môn ở phía nầy và dân Sy-ri ở về phía còn lại. Vì thế, ông chia quân đội của mình thành hai đạo, đặt em mình là A-bi-sai chịu trách nhiệm một đạo binh tinh nhuệ, và đạo còn lại do chính ông chỉ huy.

Trong câu 11, họ hứa với nhau đặng vùa giúp nhau. Thế là những lời đầy mạnh mẽ nầy xuất hiện trong câu 12 như sau: "Hãy vững lòng bền chí, đánh giặc cách can đảm, vì dân sự ta và vì các thành của Đức Chúa Trời chúng ta; nguyện Đức Giê-hô-va làm theo ý Ngài lấy làm tốt!" Những lời cuối cùng nầy có ý nghĩa gì: "nguyện Đức Giê-hô-va làm theo ý Ngài lấy làm tốt"? Những lời nầy có nghĩa là Giô-áp đã đưa một quyết định chiến lược cho thành phố của Đức Chúa Trời và ông chẳng biết mọi sự sẽ diễn ra sau đó như thế nào. Ông không hề nhận được khải tượng đặc biệt nào từ Đức Chúa Trời trong vấn đề nầy. Ông phải đưa ra quyết định dựa vào sự khôn ngoan. Ông phải, hoặc là liều lĩnh hoặc là bỏ chạy. Ông không biết kết quả cuộc chiến sẽ như thế nào. Vì thế ông đã quyết định, và ông phó thác kết quả cho Đức Chúa Trời. Và điều nầy là hoàn toàn đúng đắn.

"Nếu tôi phải chết thì tôi chết"
Hoàng hậu Ê-xơ-tê là một ví dụ khác về sự liều lĩnh can đảm trong sự phục vụ vì tình yêu thương và vì cớ sự vinh hiển của Đức Chúa Trời. Lúc bấy giờ, có một người Giu-đa tên là Mạc-đô-chê, là người sống vào thế kỷ thứ 5 trước Đấng Christ vào thời kỳ dân Giu-đa bị lưu đày. Ông có một đứa con gái nuôi mồ côi, con của cậu mình, tên là Ê-xơ-tê. Nàng lớn lên rất đẹp và thậm chí được vua A-suê-ru xứ Ba-tư chọn làm nữ hoàng. Ha-man, một trong những tể tướng của vị vua A-suê-ru, căm ghét Mạc-đô-chê và tất cả những người Giu-đa tị nạn và là người thuyết phục nhà vua ban chiếu lệnh trừ diệt họ. Nhà vua không ngờ hoàng hậu của mình là người Giu-đa.

Mạc-đô-chê truyền nói sự việc nầy với

Ê-xơ-tê để đi đến trước mặt vua và cầu xin cho hoàn cảnh của dân sự. Nhưng Ê-xơ-tê biết rằng ở trong cung vua có luật định rằng hễ ai đến cùng vua mà không được vời đến sẽ bị xử tử, trừ khi nhà vua giơ cây phủ việt vàng ra. Bà cũng biết rằng mạng sống của dân sự mình đang bị đe dọa. Ê-xơ-tê truyền nói cùng Mạc-đô-chê những lời sau:

"Bà Ê-xơ-tê bèn biểu đáp lại cùng Mạc-đô-chê rằng: Hãy đi nhóm hiệp các người Giu-đa ở tại Su-sơ, rồi hãy vì tôi kiêng cữ ăn trong ba ngày và đêm, chớ ăn hay uống gì hết; tôi và các nàng hầu tôi cũng sẽ kiêng cữ ăn nữa; như vậy, tôi sẽ vào cùng vua, là việc trái luật pháp; nếu tôi phải chết thì tôi chết" (Ê-xơ-tê 4:15-16).

"Nếu tôi phải chết thì tôi chết". Điều nầy có nghĩa gì? Điều đó có nghĩa là Ê-xơ-tê không hề biết được hậu quả của những gì bà sắp sửa làm. Bà không hề có sự mặc khải đặc biệt nào từ Đức Chúa Trời. Bà đưa ra quyết định dựa trên sự khôn ngoan và tình yêu của bà dành cho dân tộc mình và tin cậy nơi Đức Chúa Trời. Bà phải liều lĩnh hay bỏ chạy. Bà không biết mọi sự sẽ xảy ra như thế nào. Vì vậy, bà quyết định và trao phó kết quả cho Đức Chúa Trời. "Nếu tôi phải chết thì tôi chết". Và đây là hành động đúng đắn.

"Chúng tôi không hầu việc các thần của vua"
Hãy xem xét thêm một ví dụ nữa trong Cựu Ước. Bối cảnh bấy giờ là tại xứ Ba-by-lôn. Người Do Thái đang bị lưu đày. Nhà vua trị vì tên là Nê-bu-cát-nết-sa. Ông dựng nên một pho tượng vàng, rồi ra lệnh rằng khi tiếng kèn thổi vang lên, tất cả mọi người đều phải quỳ lạy trước pho tượng đó. Nhưng chỉ riêng Sa-đơ-rắc, Mê-sác và A-bết-nê-gô không làm điều đó. Họ thờ phượng Đức Chúa Trời chân thật của Y-sơ-ra-ên.

Thế là, vua Nê-bu-cát-nết-sa đe dọa họ và nói rằng nếu họ không quỳ lạy trước pho tượng, họ sẽ bị quăng vào lò lửa hừng. Họ trả lời rằng:

"Hỡi Nê-bu-cát-nết-sa, về sự nầy, không cần chi chúng tôi tâu lại cho vua. nầy, hỡi vua! Đức Chúa Trời mà chúng tôi hầu việc, có thể cứu chúng tôi thoát khỏi lò lửa hực, và chắc cứu chúng tôi khỏi tay vua. Dầu chẳng vậy, hỡi vua, xin biết rằng chúng tôi không hầu việc các thần của vua, và không thờ phượng pho tượng vàng mà vua đã dựng" (Đa-ni-ên 3:16-18).

Đây thực sự là sự liều lĩnh. "Chúng tôi tin rằng Đức Chúa Trời của chúng tôi sẽ giải cứu chúng tôi. Nhưng thậm chí nếu Ngài không làm điều đó, thì chúng tôi sẽ không thờ phượng pho tượng vàng của vua đâu". Họ không biết sự việc sẽ ra sao. Họ nói điều tương tự như hoàng hậu Ê-xơ-tê nói rằng: "Nếu tôi phải chết thì tôi chết". Rồi họ phó thác mọi sự trong tay Chúa giống như Giô-áp và A-bi-sai đã làm: "Nguyện Đức Giê-hô-va làm theo ý Ngài lấy làm tốt". Điều nầy quả thật rất phải. Nó đúng khi liều lĩnh vì Đức Chúa Trời.

Chương 4

NGƯỜI LIỀU LĨNH VĨ ĐẠI TRONG TÂN ƯỚC

Người liều lĩnh vĩ đại trong Tân Ước là sứ đồ Phao-lô. Hãy hình dung, lần đầu tiên, sứ đồ Phao-lô, sau nhiều năm chịu khổ vì cớ Đấng Christ ở khắp nơi ông đi đến, ông quay trở lại thành Giê-ru-sa-lem. Ông đã buộc mình vào Đức Thánh Linh (Công vụ 19:21) để trở lại thành Giê-ru-sa-lem. Ông đã gom góp tiền của cho người nghèo, và ông đang trên đường để nhìn thấy công việc trung tín nầy. Ông đi thật xa đến thành Sê-ra-sê, một tiên tri tên là A-ga-bút ở xứ Giuđê xuống, rồi lấy dây lưng của Phao-lô trói chân tay mình cách tượng trưng mà nói rằng: "nầy là lời Đức Thánh Linh phán: Tại thành Giê-ru-sa-lem, dân Giu-đa sẽ trói người có dây lưng nầy như vậy, mà nộp trong tay người ngoại đạo" (Công vụ 21:11).

"Tôi sẵn lòng vì danh Đức Chúa Jêsus Christ chịu chết"

Khi các tín hữu nghe như vậy, họ nài xin Phao-lô đừng đi lên thành Giê-ru-sa-lem. Ông trả lời rằng: "Anh em làm chi mà khóc lóc cho nao lòng tôi? Vì phần tôi sẵn lòng chẳng những để bị trói thôi, lại cũng sẵn lòng vì danh Đức Chúa Jêsus chịu chết tại thành Giê-ru-sa-lem nữa" (Công vụ 21:13). Sau đó, trước giả Lu-ca cho chúng ta biết rằng, mọi người trở nên dịu lại: "Người chẳng khứng chịu khuyên dỗ, thì chúng ta không ép nữa, mà nói rằng: Xin cho ý muốn của Chúa được nên!" (Công vụ 21:14).

Nói cách khác, sứ đồ Phao-lô tin rằng

chuyến đi nầy đến thành Giê-ru-sa-lem là cần thiết vì cớ danh của Đấng Christ. Ông không biết cách chi tiết điều gì xảy ra ở đó hay hậu quả là gì. Bị bắt và hoạn nạn là điều chắc chắn. Nhưng sau đó là gì? Cái chết? Bị bỏ tù? Bị trục xuất? Chẳng ai biết cả. Vậy họ đã nói gì với nhau? Họ đồng ý với nhau rằng: "Xin cho ý muốn của Chúa được nên!" Hay như Giô-áp nói rằng: "Nguyện Đức Giê-hô-va làm theo ý Ngài lấy làm tốt". Điều nầy quả thật phải lắm!

"Từ thành nầy sang thành khác… hoạn nạn đương đợi tôi đó"

Thật ra, trọn cuộc đời của sứ đồ Phao-lô là sự liều lĩnh hết lần nầy đến lần khác. Ông nói trong Công vụ 20:23 như sau: "Duy Đức Thánh Linh đã bảo trước cho tôi rằng từ thành nầy sang thành khác dây xích và hoạn nạn đang đợi tôi đó". Nhưng ông chẳng hề biết những việc đó xảy đến với hình trạng như thế nào, hay lúc nào nó sẽ đến, hay bởi người nào đem đến. Phao-lô đã quyết định liều mạng sống của mình trở về thành Giê-ru-sa-lem với một tâm trí hiểu rất rõ kết cuộc sẽ như thế nào. Với những điều mà ông đã chịu đựng khiến ông không hề nghi ngại trước những điều sẽ xảy ra tại thành Giê-ru-sa-lem:

"Năm lần bị người Giu-đa đánh roi, mỗi lần thiếu một roi đầy bốn chục; ba lần bị đánh đòn; một lần bị ném đá; ba lần bị chìm tàu. Tôi đã ở trong biển sâu một ngày một đêm. Lại nhiều lần tôi đi đường, nguy trên sông bến, nguy với trộm cướp, nguy với giữa dân mình, nguy với dân ngoại, nguy trong các thành, nguy trong các đồng vắng, nguy trên biển, nguy với anh em giả dối; chịu khó chịu nhọc, lắm lúc thức đêm, chịu đói khát, thường khi phải nhịn ăn, chịu lạnh và lõa lồ. Còn chưa kể mọi sự khác, là mỗi ngày tôi phải lo lắng về hết thảy các Hội thánh".

Điều nầy nghĩa là sao? Nghĩa là sứ đồ Phao-lô chẳng bao giờ biết được điều gì sẽ xảy đến tiếp theo. Mỗi ngày ông liều chính mạng sống của mình vì cớ Đức Chúa Trời. Mọi nẻo đường trên đất chẳng hề có sự an toàn nào. Đường biển cũng chẳng đem đến sự bình yên. Chính dân tộc mình, là người Giu-đa, cũng không phải là chỗ an toàn. Đại dương cũng chẳng có sự tĩnh lặng. Thậm chí ngay cả những người xưng mình là Cơ Đốc nhân cũng không phải chỗ nương cậy. An toàn chỉ còn là ảo tưởng. Điều đó chẳng hề tồn tại đối với sứ đồ Phao-lô.

Ông có hai sự lựa chọn: lãng phí cuộc đời mình hay sống với sự liều lĩnh. Và ông đã trả lời cho lựa chọn nầy rất rõ ràng: "Nhưng tôi chẳng kể sự sống mình làm quí, miễn chạy cho xong việc đua tôi và chức vụ tôi đã lãnh nơi Đức Chúa Jêsus, để mà làm chứng về Tin lành của ơn Đức Chúa Trời" (Công vụ 20:24). Ông không biết ngày lại ngày sẽ có điều gì. Nhưng con đường vác thập tự giá đang vẫy gọi ông. Và ông đã liều mạng sống mình mỗi ngày. Điều nầy quả thật rất phải!

"Nếu họ đã bắt bớ ta, ắt cũng bắt bớ các ngươi"

Để chúng ta khỏi nghĩ rằng sống cuộc đời liều lĩnh như thế nầy thì chỉ có một mình Phao-lô, ông đã khuyên các Cơ Đốc nhân trẻ tuổi rằng họ sẽ phải đối diện với những khó khăn không lường trước được. Sau khi thiết lập các hội thánh mới trong chuyến hành trình truyền giáo đầu tiên của mình, ông quay trở lại vài tháng sau đó để "giục các môn đồ vững lòng, khuyên phải bền đỗ trong đức tin, và bảo trước rằng phải trải qua nhiều nỗi khó khăn mới vào được nước Đức Chúa Trời" (Công vụ 14:22). Khi ông viết cho các tín hữu tại hội thánh Tê-sa-lô-ni-ca, ông bày tỏ mối quan tâm của ông rằng họ chắc phải rúng động bởi những sự khốn khó và nói tiếp rằng: "vì anh em tự biết rằng ấy đó [tức là, những sự hoạn nạn] là điều đã định trước cho chúng ta" (I Tê-sa-lô-ni-ca 3:3). Nói cách khác, là Cơ Đốc nhân tức là được kêu gọi để liều lĩnh.

Chúa Jêsus đã phán rất rõ về điều nầy.

Ngài phán, ví dụ, trong Lu-ca 21:16 rằng: "Các ngươi cũng sẽ bị cha, mẹ, anh, em, bà con, bạn hữu mình nộp mình; và họ sẽ làm cho nhiều người trong các ngươi phải chết". Từ khóa ở đây đó là nhiều. "Nhiều người trong các ngươi phải chết". Chính từ nầy đặt mạng sống của các môn đồ vào tình trạng không hề chắc chắn. Không phải tất cả sẽ chết vì cớ Đấng Christ. Nhưng cũng không phải tất cả sẽ sống vì cớ Ngài. Nhiều người sẽ chết. Và nhiều người sẽ sống. Đây là ý nghĩa mà tôi muốn nói về sự liều lĩnh. Đó là ý muốn của Đức Chúa Trời mà chúng ta không hề biết rõ cuộc sống trên đất nầy sẽ ra thể nào cho chúng ta. Do đó, ý muốn của Đức Chúa Trời chính là chúng ta phải liều lĩnh vì cớ Ngài.

Cuộc sống đã từng rất khắc nghiệt với Chúa Jêsus, và Ngài cũng phán rằng, nó cũng khắc nghiệt với những kẻ theo Ngài. "Hãy nhớ lời ta đã nói cùng các ngươi: Đầy tớ chẳng lớn hơn chủ mình. Nếu họ đã bắt bớ ta, ắt cũng bắt bớ các ngươi;

bằng họ đã giữ lời ta, ắt cũng giữ lời các ngươi". Vì thế, sứ đồ Phi-e-rơ cảnh báo các hội thánh tại Tiểu Á rằng sự ngược đãi là điều tất nhiên sẽ xảy đến. "Hỡi kẻ rất yêu dấu, khi anh em bị trong lò lửa thử thách, chớ lấy làm lạ như mình gặp một việc khác thường. Nhưng anh em có phần trong sự thương khó của Đấng Christ bao nhiêu, thì hãy vui mừng bấy nhiêu, hầu cho đến ngày vinh hiển của Ngài hiện ra, thì anh em cũng được vui mừng nhảy nhót. Ví bằng anh em vì cớ danh Đấng Christ chịu sỉ nhục, thì anh em có phước; vì sự vinh hiển và Thánh Linh của Đức Chúa Trời đậu trên anh em" (I Phi-e-rơ 4:12-14).

Chương 5

KHI CON CÁI ĐỨC CHÚA TRỜI LIỀU LĨNH VÀ LÚC HỌ KHÔNG LIỀU LĨNH

Ba thế kỷ đầu tiên của hội thánh Cơ Đốc đã cho thấy khuôn mẫu của việc trưởng thành dưới những sự đe dọa. Stephen Neill, trong quyển sách Sứ Mạng Lịch Sử Của Cơ Đốc Giáo [History of Christian Missions], viết rằng: "Không còn nghi ngờ, các Cơ Đốc nhân dưới thời đế chế La-mã không hề có quyền lợi nào để tồn tại, và phải sống trong điều kiện rất nghiêm nhặt của luật pháp…Mỗi Cơ Đốc nhân đều biết rằng sớm hay muộn cũng phải xưng nhận niềm tin của mình với cái giá phải trả bằng cả mạng sống của họ".[4]

Thật mạnh mẽ. Có một sự liều lĩnh. Nó luôn hiện hữu. Có thể chúng ta sẽ bị giết vì là Cơ Đốc nhân. Có thể không. Đó là liều lĩnh. Điều đó đã từng là thứ rất bình thường. Việc là Cơ Đốc nhân phải sống trong những hoàn cảnh như thế là đúng.

Thế hệ đã từng liều lĩnh

Thật vậy, tình yêu tôn cao Đấng Christ mà Cơ Đốc nhân đã bày tỏ ra, mặc dầu liều lĩnh, nhưng đã làm cả thế giới ngoại đạo phải sững sốt. Vị hoàng đế La-mã Julian (332-363 SC) đã rất muốn thổi một sức sống mới vào thứ tôn giáo ngoại đạo cũ kỹ nhưng lại chứng kiến ngày càng nhiều người đến với Cơ Đốc giáo. Ông đã viết những lời đầy thất vọng nầy chống lại

---

4. Stephen Neil, *A History of Christian Missions* (Middlesex, UK: Penguin, 1964), 42-43.

"những kẻ vô thần" (là những người không tin vào các vị thần của La-mã, mà tin nơi Đấng Christ) như sau:

Thuyết vô thần [đó là nói đức tin Cơ Đốc giáo] đã phát triển một cách quá đặc biệt thông qua sự phục vụ đầy tình yêu thương dành cho những kẻ khách lạ, và qua cách họ cẩn thận chôn cất người chết. Một sự nhục nhã thay, chẳng có một tên Do Thái nào là ăn mày, và những kẻ vô thần đến từ Ga-li-lê nầy không chỉ quan tâm đến người nghèo giữa vòng họ mà còn chăm sóc những kẻ nghèo giữa vòng chúng ta nữa; trong khi những kẻ đó ở giữa chúng ta thì lại chẳng nhận lấy một sự quan tâm nào.[5]

Theo Đấng Christ phải trả giá. Sự liều lĩnh có ở khắp mọi nơi. Nhưng chính bởi tính liều lĩnh nầy mà giá trị của Đấng Christ được soi rạng càng hơn.

Thế hệ đã không biết liều lĩnh

---

5. Ibid., 42.

Nhưng chuyện gì xảy ra khi dân sự của Đức Chúa Trời không thoát khỏi cái sở thích ở trong sự an toàn dối trá? Chuyện gì xảy ra nếu họ cứ cố gắng sống trong cái ảo giác an toàn của mình? Câu trả lời là những cuộc đời lãng phí. Bạn còn nhớ những lần đó không?

Nó xảy ra chỉ sau đó 3 năm khi quyền năng của Đức Chúa Trời đem dân Y-sơ-ra-ên ra khỏi xứ Ê-díp-tô. Lúc bấy giờ, họ đang đứng ngay đường biên giới của vùng Đất hứa. Chúa phán cùng Môi-se rằng: "hãy sai những người đi do thám xứ Ca-na-an, là xứ ta ban cho dân Y-sơ-ra-ên" (Dân 13:2). Vậy, Môi-se sai Ca-lép, Giô-suê và 10 người khác. Sau đó 40 ngày, họ trở về với một chùm nho được treo trên cây sào hai người gánh. Ca-lép đặt vấn đề với đầy sự hy vọng kêu gọi dân sự: "Chúng ta hãy đi lên và chiếm xứ đi, vì chúng ta thắng hơn được" (Dân 13:30). Nhưng những người khác thì nói rằng: "Xứ mà chúng tôi đã đi khắp đặng do thám, là một xứ nuốt dân sự mình; hết thảy những người chúng tôi đã thấy tại đó, đều là kẻ hình vóc cao lớn" (câu 31).

Ca-lép lúc đó không thể làm tiêu tan cái ảo tưởng an toàn. Dân sự bị cái sở thích ở trong chỗ an toàn dối trá đó kìm hãm mình – cái khái niệm được coi là con đường an toàn cho cuộc sống lại không phải là con đường vâng phục tôn cao Đấng Christ. Họ lằm bằm nghịch với Môi-se và A-rôn rồi quyết định quay trở lại Ai-cập – cái ảo tưởng an toàn vĩ đại thay. Giô-suê đã cố gắng đánh thức họ thoát khỏi tình trạng hờ hững.

Hai người nói cùng cả hội dân Y-sơ-ra-ên rằng: Xứ mà chúng tôi đã đi khắp đặng do thám thật là một xứ rất tốt; nếu Đức Giê-hô-va đẹp lòng cùng chúng ta, ắt sẽ đem chúng ta vào xứ nầy mà ban cho; ấy là một xứ đượm sữa và mật. Chỉ các ngươi chớ dấy loạn cùng Đức Giê-hô-va, và đừng sợ dân của xứ, vì dân đó sẽ là đồ nuôi chúng ta, bóng che chở họ đã rút đi khỏi họ rồi, và Đức Giê-hô-va ở cùng ta.

Chớ sợ chi.

Giô-suê không chỉ không thể làm tiêu tan cái ảo tưởng an toàn. Dân sự bị đắm chìm trong cái thế giới an toàn ảo tưởng. Họ còn muốn ném đá Giô-suê và Ca-lép nữa. Hậu quả là có đến hàng ngàn cuộc đời lãng phí và những năm tháng lãng phí. Thật là sai khi không liều lĩnh để đánh trận với những gã khổng lồ trong xứ Ca-na-an. Ôi! Sẽ còn lãng phí như thế nào nữa khi chúng ta không liều lĩnh vì cớ Đức Chúa Trời!

Chương 6

NHỮNG LÝ DO ĐÚNG SAI ĐỂ LIỀU LĨNH

Liều lĩnh là đúng. Lý do không đúng đó là Đức Chúa Trời hứa rằng mọi sự liều lĩnh của chúng ta đều thành công vì cớ Ngài. Không có lời hứa nào nói rằng mọi nỗ lực của chúng ta vì cớ Đức Chúa Trời sẽ đều thành công, ít ra là sẽ không xảy ra trong tích tắc.

Không có lời hứa cho thành công tích tắc

Khi Vua Hê-rốt ly dị vợ mình để cưới vợ của em mình, Giăng Báp-tít đã liều lĩnh khuyên can Vua đừng phạm tội thông dâm. Vì cớ hành động nầy mà Giăng đã bị chặt đầu. Ông đã làm điều đúng, đó là liều mạng sống mình vì cớ Đức Chúa Trời và lẽ thật. Chúa Jêsus không phê phán, mà chỉ khen ngợi (Ma-thi-ơ 11:11).

Sứ đồ Phao-lô đã liều mạng lên thành Giê-ru-sa-lem để làm xong chức vụ cho người nghèo. Ông đã bị đánh và bỏ tù trong vòng 2 năm rồi bị chuyển sang La-mã và sau đó 2 năm ông đã bị hành hình. Và ông đã làm đúng vì đã liều mạng sống mình vì cớ Đấng Christ. Tại Châu Phi và Châu Á có bao nhiêu ngôi mộ của hàng ngàn giáo sĩ trẻ tuổi bởi quyền năng Đức Thánh Linh đã được giải phóng khỏi cái ảo tưởng an toàn rồi liều mạng sống mình vì cớ Đấng Christ giữa vòng các nhóm dân tộc chưa được vươn đến trên thế giới!

Bây giờ, bạn thì sao? Bạn có đang sống với ảo tưởng an ninh, bị tê liệt không dám liều lĩnh vì cớ Đức Chúa Trời chăng? Hay bạn đã nhờ Đức Thánh Linh được tự do khỏi cái ảo tưởng an toàn và thoải mái của xứ Ai-cập chưa? Bạn có phải là những người đồng thanh với Giô-áp nói rằng: "Vì cớ danh Ngài, tôi sẽ đánh liều! Nguyện Đức Giê-hô-va làm theo ý Ngài lấy làm tốt" chăng? Còn các chị em có thể nói như Ê-xơ-tê rằng: "Vì cớ Đấng Christ, tôi sẽ đánh liều! Nếu tôi phải chết, thì tôi chết" được không?

Liều lĩnh vì những lý do sai trật

Có nhiều hơn là một sự nguy hiểm trong việc kêu gọi Cơ Đốc nhân sống liều lĩnh. Cho một lý do, chúng ta có thể trở nên quá máu trong việc từ bỏ chính mình đến nỗi không thể tận hưởng những thú vui đúng mực trong đời sống nầy mà Đức Chúa Trời ban cho chúng ta. Mối nguy hại khác, là cái còn tệ hơn nhiều, đó là chúng ta có thể kéo mình đến với lối sống liều lĩnh với những lý do tự tôn chính mình lên. Chúng ta có thể cảm thấy tuyến hóc-môn của tính anh hùng dâng trào. Chúng ta sẽ coi thường sự lười biếng, hèn nhát và cảm thấy mình là siêu đẳng. Chúng ta cũng xem sự liều lĩnh giống như một loại hành động công bình nào đó để được Đức Chúa Trời đón nhận. Cái thiếu xót từ hầu hết những điều nầy đó là đức tin như con trẻ dưới quyền tể trị của Đức Chúa Trời và trong tình yêu đắc thắng của Ngài.

Tôi đã và vẫn đang cho rằng sức lực và động cơ đằng sau việc liều lĩnh vì cớ Đức Chúa Trời không phải là chủ nghĩa anh hùng, hay tính ham thích phiêu lưu, hay cái dũng cảm tự lực cánh sinh nào đó, hay nhu cần muốn kiếm được ý muốn tốt lành của Đức Chúa Trời, mà là đức tin trong hết thảy mọi sự cung ứng, sự tể trị và thỏa mãn hoàn toàn nơi Con của Đức Chúa Trời, là Chúa Jêsus Christ. Nguồn sức lực dám liều lĩnh đầu phục vì cớ Đấng Christ là loại đức tin khiến tình yêu thương của Đức Chúa Trời sẽ nâng đỡ bạn trong lúc cuối cùng của mình và làm chứng cho lý do của bạn. Sức mạnh của sự liều lĩnh từ bỏ tiền bạc vì cớ Phúc Âm là loại đức tin tin rằng chúng ta có của cải ở thiên đàng là nơi không bao giờ mất được. Sức mạnh của sự liều lĩnh dám từ bỏ mạng sống mình trong thế gian nầy là loại đức tin nơi lời hứa nói rằng ai mất sự sống mình trong thế gian sẽ được lại khi kỳ mãn.

Đây là điều hết sức khác biệt giữa chủ nghĩa anh hùng và sự tự lực cánh sinh. Khi chúng ta liều lĩnh từ bỏ sĩ diện hay tiền bạc hay sự sống vì cớ chúng ta tin rằng Đức Chúa Trời sẽ luôn vùa giúp chúng ta và sử dụng sự mất mát đó của mình, sau cùng hết mọi sự, để khiến chính chúng ta vui cười trong sự vinh hiển của Ngài, thì như thế chúng ta không phải là những kẻ nhận được sự tán dương vì ai đó quá dũng cảm; mà Đức Chúa Trời là Đấng xứng đáng nhận được sự ngợi khen vì sự chăm sóc của Ngài. Như vậy, sự liều lĩnh phản ánh Đức Chúa Trời là Đấng đáng được tôn cao, không phải tinh thần dũng cảm nào đó của chúng ta đâu.

Không nên cố tiếp nhận điều quá căn bản về tính can đảm nầy. Chúng ta bị buộc phải liều lĩnh vì những lý do sai trật. Không có Đấng Christ, chúng ta hết thảy đều là những kẻ tuân theo pháp luật hay phóng đãng nào đó mà trong lòng – muốn làm điều mình muốn, hay muốn làm công việc của Đức Chúa Trời theo cách muốn chứng tỏ khả năng hơn người của chúng ta. Khi chúng ta bị ràng buộc như vậy, chúng ta cần sự bảo vệ. Đức Chúa Trời có ban cho chúng ta một phương cách khác để đeo đuổi sự liều lĩnh. Hãy làm điều nầy "bởi sức lực mà Đức Chúa Trời cung ứng cho – hầu cho trong mọi sự Đức Chúa Trời được vinh hiển qua Đức Chúa Jêsus Christ" (I Phi-e-rơ 4:11). Và cách mà Đức Chúa Trời cung ứng sức lực cho chúng ta là bởi đức tin dựa trên những lời hứa của Ngài. Mọi sự mất mát mà chúng ta đánh đổi khi liều lĩnh, chính là để làm vinh hiển Đấng Christ, Đức Chúa Trời hứa rằng Ngài sẽ làm ơn đến ngàn lần với một mối thông công đầy sự thỏa mãn trong Ngài.

Chương 7

SỐ 8 VĨ ĐẠI VÀ NỀN TẢNG CHO SỰ LIỀU LĨNH

Trước đó, tôi đã đề cập Lu-ca 21:16, là câu Kinh Thánh mà Chúa Jêsus phán cùng các sứ đồ rằng: "họ sẽ làm cho nhiều người trong các ngươi phải chết". Nhưng tôi chưa đề cập lời hứa theo sau đó: "Các ngươi sẽ vì cớ danh ta bị mọi người ghen ghét. Nhưng một sợi tóc trên đầu các ngươi cũng không mất đâu" (câu 18). Đây là một trong những nghịch lý đau thương nhất trong Kinh Thánh: "họ sẽ làm cho nhiều người trong các ngươi phải chết... nhưng một sợi tóc trên đầu các ngươi cũng không mất đâu"! Điều nầy có nghĩa gì? Chúa Jêsus đang muốn phán điều gì với chúng ta khi Ngài nói rằng: "Hãy đi ra và liều mình trong sự vâng phục; họ sẽ làm cho nhiều người trong các ngươi phải chết; nhưng một sợi tóc trên đầu các ngươi cũng không mất đâu"?

Số 8 Vĩ Đại

Tôi nghĩ những lời chú giải hay nhất cho câu Kinh Thánh Lu-ca 21:16 nầy là Rô-ma 8:35-39. Rô-ma 8 được gọi là "Số 8 Vĩ Đại" bởi vì bề cao của sự cứu rỗi và chiều sâu nền tảng của nó đều tập trung trong phân đoạn nầy theo cách mà không chỗ nào trong Kinh Thánh có thể vĩ đại bằng. Không có sự mô phỏng về chiều sâu của một nền tảng nào chắc chắn cho chúng ta có sự hy vọng để tự do liều lĩnh tất cả mọi thứ vì cớ Chúa Jêsus tốt hơn là phân đoạn Kinh Thánh nầy.

Ai sẽ phân rẽ chúng ta khỏi sự yêu thương của Đấng Christ? Có phải hoạn nạn, khốn cùng, bắt bớ, đói khát, trần truồng, nguy hiểm, hay là gươm giáo chăng? Như có chép rằng: Vì cớ Ngài, chúng tôi bị giết cả ngày; Họ coi chúng tôi như chiên định đem đến hàng làm thịt. Trái lại, trong mọi sự đó, chúng ta nhờ Đấng yêu thương mình mà thắng hơn bội phần. Vì tôi chắc rằng bất kỳ sự chết, sự sống, các thiên sứ, các kẻ cầm quyền, việc bây giờ, việc hầu đến, quyền phép, bề cao, hay là bề sâu, hoặc một vật nào, chẳng có thể phân rẽ chúng ta khỏi sự yêu thương mà Đức Chúa Trời đã chứng cho chúng ta trong Đức Chúa Jêsus Christ, là Chúa chúng ta.

Hãy so sánh những lời lẽ thậm tệ và tuyệt vời nầy với những gì Chúa Jêsus phán: "họ sẽ làm cho nhiều người trong các ngươi phải chết...nhưng một sợi tóc trên đầu các ngươi cũng không mất đâu". Giống như Chúa Jêsus, sứ đồ Phao-lô nói rằng tình yêu thương của Đấng Christ dành cho chúng ta không loại trừ sự chịu khổ. Ngược lại, việc chúng ta dính dáng với Đấng Christ sẽ đem đến sự chịu khổ. Câu trả lời của Phao-lô cho chính câu hỏi của mình trong câu 35 là: "Ai sẽ phân rẽ chúng ta khỏi sự yêu thương của Đấng Christ? Có phải hoạn nạn, khốn cùng, bắt bớ, đói khát, trần truồng, nguy hiểm, hay là gươm giáo chăng?"

Câu trả lời của ông trong câu 37 là KHÔNG vang rền! Nhưng không bỏ qua ẩn ý của câu hỏi: Lý do những điều nầy sẽ không thể phân rẽ chúng ta khỏi sự yêu thương của Đấng Christ không phải vì những điều đó sẽ không xảy ra với những kẻ mà Đấng Christ yêu. Có đấy. Lời trích dẫn của sứ đồ Phao-lô từ Thi Thiên 44:22 cho thấy rằng những điều nầy thật ra sẽ xảy ra với những ai thuộc về Đấng Christ. "Vì cớ Ngài, chúng tôi bị giết cả ngày; Họ coi chúng tôi như chiên định đem đến hàng làm thịt". Nói cách khác, tình yêu thương của Đấng Christ dành cho chúng ta không miễn trừ sự chịu khổ. Sự liều lĩnh là có thật. Cuộc đời Cơ Đốc nhân là một đời sống đầy sự khó nhọc. Không thiếu sự vui mừng. Nhưng chẳng thiếu sự chịu khổ.

Đức Chúa Trời có tiếp trợ mọi sự chúng ta cần chăng?

Đây là ý nghĩa của một từ rất nhỏ "trong" được tìm thấy ở câu 37 chép rằng: "Trái lại, trong mọi sự đó, chúng ta nhờ Đấng yêu thương mình thắng hơn bội phần". Chúng ta thắng hơn bội phần trong mọi sự hoạn nạn, không bằng cách tránh né những điều đó. Vì vậy, sứ đồ Phao-lô đồng ý với Chúa Jêsus rằng: "họ sẽ làm cho nhiều người trong các ngươi phải chết". Vâng lời là liều lĩnh. Và thật đúng để chúng ta liều mình vì cớ Chúa. Một số sự liều lĩnh được đề cập trong câu 35:

"hoạn nạn" – rắc rối và áp bức đủ mọi loại hình mà sứ đồ Phao-lô nói rằng chúng ta cần phải vượt qua trên chặng đường hướng về thiên đàng (Công vụ 14:22).

"khốn cùng" – những đau khổ đem đến căng thẳng và đe dọa để bẻ gãy

chúng ta như một cái cây (II Cô-rinh-tô 6:4; 12:10).

"sự bắt bớ" – sự chống đối tích cực từ phía kẻ thù của Phúc Âm (Ma-thi-ơ 5:11-12).

"nguy hiểm" – bất kỳ mối đe dọa nào cho thân thể, linh hồn và gia đình (II Cô-rinh-tô 11:26).

"gươm giáo" – thứ vũ khí đã giết Gia-cơ (Công vụ 12:2).

"đói khát và trần truồng" – sự thiếu đồ ăn và áo quần.

Tôi để sự "đói khát và trần truồng" ở phía sau cùng bởi vì chúng là vấn đề lớn nhất. Không phải Chúa Jêsus nói rằng:

"Vậy nên ta phán cùng các ngươi rằng: Đừng vì sự sống mình mà lo đồ ăn uống; cũng đừng vì thân thể mình mà lo đồ mặc. Sự sống há chẳng quí trọng hơn đồ ăn sao, thân thể há chẳng quí trọng hơn quần áo

sao... Ấy vậy, các ngươi chớ lo lắng mà nói rằng: Chúng ta sẽ ăn gì? Uống gì? Mặc gì? Vì mọi điều đó, các dân ngoại vẫn thường tìm, và Cha các ngươi ở trên trời vốn biết các ngươi cần dùng những điều đó rồi. Nhưng trước hết, hãy tìm kiếm nước Đức Chúa Trời và sự công bình của Ngài, thì Ngài sẽ cho thêm các ngươi mọi điều ấy nữa". (Ma-thi-ơ 6:25, 31-33).

"Vậy, cái nào đây?" chúng ta có thể đang thắc mắc như vậy. Số phận của Cơ Đốc nhân là bị "đói khát và trần truồng" chăng, hay Đức Chúa Trời sẽ tiếp trợ "mọi điều ấy nữa" khi chúng ta cần chăng? Cơ Đốc nhân sẽ không bao giờ đói hay thiếu ăn hay thiếu quần áo chăng? Các sứ đồ vĩ đại trên thế giới không phải họ đã từng bị lột trần truồng và bỏ đói sao?

Thế còn Hê-bơ-rơ 11:37-38 thì sao? "Họ đã bị ném đá, tra tấn, cưa xẻ; bị giết bằng lưỡi gươm; lưu lạc rày đây mai đó, mặc những da chiên da dê, bị thiếu thốn mọi đường, bị hà hiếp, ngược đãi, thế gian không xứng đáng cho họ ở, phải lưu lạc trong đồng vắng, trên núi, trong hang, trong những hầm dưới đất".

Điều bạn cần làm theo là ý muốn của Ngài và được vui mừng mãi mãi

Như vậy, Chúa Jêsus muốn nói gì: "Mọi điều ấy nữa – tất cả thức ăn và áo quần – sẽ được ban thêm cho các ngươi khi các ngươi trước hết tìm kiếm nước Đức Chúa Trời" phải không? Ý Ngài muốn nói trong câu Kinh Thánh nầy cũng như vậy khi phán rằng: "Họ sẽ làm cho nhiều người trong các ngươi phải chết...nhưng một sợi tóc trên đầu các ngươi cũng không mất đâu" (Lu-ca 21:16-18). Ngài muốn nói rằng bạn sẽ có mọi thứ bạn cần để thực hiện ý muốn của Ngài và được vui mừng tột cùng và đời đời ở trong Ngài.

Bao nhiêu thức ăn và áo quần là cần thiết? Cần thiết cho việc gì? Chúng ta phải hỏi. Cần thiết để cảm thấy thoải mái chăng? Không, Chúa Jêsus không hứa là sẽ có sự thoải mái. Cần thiết để không bị xấu hổ chăng? Không, Chúa Jêsus kêu gọi chúng ta chịu lấy sự sỉ nhục vì cớ Danh Ngài với niềm vui. Cần thiết để sống sao? Không, Ngài không hứa sẽ miễn trừ chúng ta khỏi cái chết – dù hình thức chết như thế nào. Sự bắt bớ và dịch bệnh nuốt lấy các thánh đồ. Nhiều Cơ Đốc nhân phải chết trên đoạn đầu đài và chết vì dịch bệnh. Đó là lý do vì sao Phao-lô viết rằng: "lại chúng ta, là kẻ có trái đầu mùa của Đức Thánh Linh, cũng than thở trong lòng, đang khi trông đợi sự làm con nuôi, tức là sự cứu chuộc thân thể chúng ta vậy" (Rô-ma 8:23).

Điều Chúa Jêsus muốn nói đó là Cha trên thiên đàng của chúng ta sẽ không bao giờ để chúng ta phải chịu thử thách quá sức mình đâu (I Cô-rinh-tô 10:13). Nếu bạn cần chỉ một miếng bánh vỡ vụn, là con của Đức Chúa Trời, để không rời bỏ đức tin của mình đang khi chết đói trong chốn ngục tù tối tăm, thì bạn sẽ có miếng bánh vụn đó. Đức Chúa Trời không hứa là sẽ có đủ thức ăn để sống một cuộc đời thoải mái – lời hứa của Ngài là đủ hầu cho bạn có thể tin cậy Ngài và làm theo ý muốn của Ngài.[6]

Tôi làm được mọi sự nhờ Đấng Christ – ngay cả khi phải chịu đói

Khi sứ đồ Phao-lô hứa như sau: "Đức Chúa Trời tôi sẽ làm cho đầy đủ mọi sự cần dùng của anh em y theo sự giàu có của Ngài ở nơi vinh hiển trong Đức Chúa Jêsus Christ", ông vừa nói rằng: "Tôi biết chịu nghèo hèn, cũng biết được dư dật. Trong mọi sự và mọi nơi, tôi đã tập cả, dầu no hay đói, dầu dư hay thiếu cũng được. Tôi làm được mọi sự nhờ Đấng ban thêm

---

6. Đây là cách tôi hiểu những lời hứa chung trong Cựu Ước đối với hệ quả và nhu cần của người công bình sẽ luôn được đáp ứng. Thí dụ, Châm ngôn 10:3 chép rằng: "Đức Giê-hô-va không để linh hồn người công bình chịu đói khát; nhưng Ngài xô đuổi sự ước ao của kẻ ác đi". Tôi nghĩ đây là (1) sự thật nói chung trong cách Đức Chúa Trời vận hành thế giới nầy – người ngay thẳng, chăm chỉ được thịnh vượng và có đủ thứ; và (2) luôn và hoàn toàn đúng trong ý thức đó là người công bình sẽ không phải chịu đói khát quá khả năng mà họ có thể chịu đựng vì cớ Đấng Christ. Xem John Piper, "'No Evil Will Befall You'. Really? Beware of Satan's Use of Psalms" trong quyển *Taste and See: Savoring the Supremacy of God in All of Life* (Sisters, OR: Multnomah, 2005), 46-48.

sức cho tôi" (Phi-líp 4:12-13, 19). "Mọi sự" tức là "Tôi có thể chịu đói nhờ Đấng ban thêm sức cho tôi. Tôi có thể bị thiếu ăn và áo quần nhờ Đấng ban thêm sức cho tôi". Đó là điều Chúa Jêsus hứa. Ngài sẽ không lìa chúng ta và bỏ chúng ta (Hê-bơ-rơ 13:5). Nếu chúng ta chịu đói khát, Ngài sẽ là bánh đời đời nuôi sống chúng ta. Nếu chúng ta bị tủi hổ vì cớ trần truồng, Ngài sẽ là sự công bình trọn vẹn cho chúng ta. Nếu chúng ta bị hành hạ và phải la hét trong cơn đau đớn chết dần của mình, Ngài sẽ giữ chúng ta khỏi việc rủa sả Danh Ngài và sẽ phục hồi thân xác bị đánh đập của chúng ta nên sự đẹp đẽ đến đời đời.

Chương 8

KHÍA CẠNH SÂU XA CỦA MỖI CUỘC LIỀU LĨNH BẰNG ĐỨC TIN: TÌNH YÊU ĐẮC THẮNG

Niềm an ủi và bảo hiểm cho mỗi cuộc liều lĩnh của chúng ta vì cớ Đấng Christ đó là chẳng điều gì sẽ phân rẽ chúng ta khỏi sự yêu thương của Đấng Christ. Sứ đồ Phao-lô nói: "Ai sẽ phân rẽ chúng ta khỏi sự yêu thương của Đấng Christ? Có phải hoạn nạn, khốn cùng, bắt bớ, đói khát, trần truồng, nguy hiểm, hay là gươm giáo chăng?" (Hê-bơ-rơ 8:35). Câu trả lời là KHÔNG! Nói cách khác, không có sự khổ sở nào mà một Cơ Đốc nhân thực sự từng trải qua là bằng chứng nói rằng mình đã bị phân rẽ khỏi sự yêu thương của Đấng Christ. Sự yêu thương của Đấng Christ đắc thắng mọi sự khổ sở. Rô-ma 8:38-39 cho thấy rất rõ ràng: "Vì tôi chắc rằng bất kỳ sự chết, sự sống, các thiên sứ, các kẻ cầm quyền, việc bây giờ, việc hầu đến, quyền phép, bề cao, hay là bề sâu, hoặc một vật nào, chẳng có thể phân rẽ chúng ta khỏi sự yêu thương mà Đức Chúa Trời đã chứng cho chúng ta trong Đức Chúa Jêsus Christ, là Chúa chúng ta".

Ở khía cạnh xa hơn cho mỗi cuộc liều lĩnh – thậm chí là nếu kết cuộc là cái chết – thì tình yêu thương của Đức Chúa Trời vẫn đắc thắng. Đây là đức tin cho chúng ta có được sự tự do để liều lĩnh vì cớ Đức Chúa Trời. Không phải là chủ nghĩa anh hùng hay thèm muốn những cuộc phiêu lưu kỳ thú nào đó, hay lòng tự tin can đảm, hay những nỗ lực để có được sự chú ý của Đức Chúa Trời. Đó là đức tin như con trẻ trong tình yêu đắc thắng của Đức Chúa Trời – đó là ở phía bên kia của tất cả mọi cuộc liều lĩnh của chúng ta, vì sự công bình, Đức Chúa Trời sẽ vẫn giữ lấy chúng ta. Chúng ta sẽ được đời đời thỏa mãn trong Ngài. Không có điều chi gọi là đã lãng phí cả.

Như thế nào là thắng hơn bội phần?

Nhưng còn nhiều nữa trong lời hứa giúp chúng ta chịu đựng trong những lúc phải liều lĩnh vì cớ Đấng Christ. Sứ đồ Phao-lô hỏi rằng: "Đã vậy thì chúng ta sẽ nói làm sao? Nếu Đức Chúa Trời vùa giúp chúng ta, thì còn ai nghịch với chúng ta? (Rô-ma 8:31). Câu trả lời mà ông muốn chúng ta đưa ra là: "Chẳng điều gì cả". Cũng giống như nói rằng: "Nếu Đức Chúa Trời vùa giúp chúng ta, chẳng ai nghịch với chúng ta được". Nghe có vẻ ngờ nghệch. Giống như nói khi đầu của mình bị chặt đi rằng: "Chẳng một sợi tóc trên đầu của mình mất đi". Dường như đây là những lời tuyên bố quá dư thừa lại có ý nói nhiều hơn những điều chúng ta đã nói từ nãy đến giờ. Chúng được dự định để nói nhiều hơn những thánh đồ đang chết dần sẽ không bị phân rẽ khỏi Đấng Christ.

Cái "nhiều hơn" nầy đến từ những lời lẽ "thắng hơn bội phần". "Trái lại, trong mọi sự đó, chúng ta nhờ Đấng yêu thương mình mà thắng hơn bội phần" (Rô-ma 8:37). "Thắng hơn bội phần" có nghĩa là gì? Làm thế nào được thắng hơn bội phần khi bạn liều lĩnh vì cớ Đức Chúa Trời rồi bị tổn hại từ việc đó?

Nếu bạn liều lĩnh hành động trong sự vâng lời, mà hành động đó tán dương giá trị xứng đáng tột cùng của Chúa Jêsus Christ, rồi bị tấn công bởi một trong những kẻ thù được đề cập trong câu 35 nói rằng: đói khát và gươm giáo, điều gì phải xảy ra với bạn để đơn giản được gọi là "một người có sự thắng hơn"? Trả lời rằng: bạn không bị phân rẽ khỏi sự yêu thương của Chúa Jêsus Christ. Mục đích của những kẻ tấn công bạn là muốn hủy hoại bạn, muốn phân rẽ bạn khỏi Đấng Christ, và khiến bạn phải sụp đổ hoàn toàn mà không có Đức Chúa Trời. Bạn là người có sự thắng hơn nếu bạn đánh bại mục đích nầy và giữ mình trong tình yêu thương của Đấng Christ. Đức Chúa Trời đã hứa rằng điều nầy sẽ phải xảy ra. Hãy tin vậy, còn chúng ta thì: liều lĩnh.

Nhưng điều gì sẽ xảy ra trong việc phải chiến đấu với sự đói khát và gươm giáo nếu bạn được gọi là thắng hơn bội phần? Một câu trả lời mang tính Kinh Thánh đó là: một người chiến thắng phải khuất phục kẻ thù mình. Người chiến thắng luôn vô hiệu hóa mục đích của kẻ thù; một người thắng hơn bội phần luôn khiến kẻ thù phục vụ mục đích của mình. Một người chiến thắng hạ gục kẻ thù mình; một người thắng hơn bội phần luôn khiến kẻ thù làm nô lệ mình.

Theo thực tiễn thì nghĩa là sao? Hãy sử dụng chính những lời lẽ của sứ đồ Phao-lô trong II Cô-rinh-tô 4:17 "Vì sự hoạn nạn nhẹ và tạm của chúng ta sanh cho [tác động hay làm cho hay đem đến cho] chúng ta sự vinh hiển cao trọng đời đời, vô lượng vô biên". Ở đây chúng ta có thể nói rằng "sự hoạn nạn" là một trong những kẻ thù đang tấn công. Điều gì xảy ra khi Phao-lô chạm trán nó? Nó thực chất không thể phân rẽ ông khỏi sự yêu thương của Đấng Christ. Mà hơn thế, nó bị bắt nhốt. Nó bị bắt làm tôi mọi và khiến phục vụ cho niềm vui đời đời của Phao-lô. "Sự hoạn nạn", trước đây là kẻ thù, bây giờ thì đang làm việc cho Phao-lô. Nó đang chuẩn bị cho Phao-lô "một sự vinh hiển cao trọng đời đời". Kẻ thù giờ đây là nô lệ của ông. Ông không chỉ chinh phục được kẻ thù. Ông còn làm hơn cả việc chinh phục nó nữa.

Sự hoạn nạn giơ gươm của nó lên đặng chặt đứt cái đầu đức tin của Phao-lô. Nhưng thay vì thế, bàn tay đức tin liền bắt lấy cánh tay của sự hoạn nạn và ép nó chặt đứt con người xác thịt của Phao-lô. Sự hoạn nạn bị làm cho trở thành nô lệ của sự tin kính, sự khiêm nhường và tình yêu thương. Sa-tan muốn điều đó là xấu, nhưng Đức Chúa Trời khiến trở nên tốt lành. Kẻ thù trở thành nô lệ của Phao-lô và khiến ông được sự vinh hiển cao trọng hơn cả trước khi ông từng có một cuộc chạm trán nào. Nhờ đó sứ đồ Phao-lô – và mỗi người đi theo Chúa Jêsus – được thắng hơn bội phần.

Con đường duy nhất dẫn đến sự vui mừng dài lâu

Đây là lời hứa thêm sức cho chúng ta để chọn lấy sự liều lĩnh vì cớ Đấng Christ. Nó không phải là những thôi thúc cho chủ nghĩa anh hùng, hay lòng tham muốn có một chuyến phiêu lưu nào đó, hay lòng tự tin dũng cảm, hay nhu cầu muốn có được sự chú ý của Đức Chúa Trời. Đó chỉ là lòng tin cậy đơn sơ nơi Đấng Christ – tức là trong Ngài, Đức Chúa Trời sẽ làm mọi điều cần thiết hầu cho chúng ta sống tôn vinh hiển Ngài đến đời đời. Mọi ích lợi để chúc phước chúng ta và mọi sự dữ lần lượt nghịch cùng chúng ta, đến cuối cùng sẽ giúp chúng ta khoe mình về thập tự giá, tán dương Đấng Christ, và tôn vinh hiển Đấng Tạo Hóa của chúng ta. Đức tin dựa trên những lời hứa nầy sẽ giải phóng chúng ta để liều lĩnh và để tìm thấy trong chính trải nghiệm của chúng ta một điều, đó là: thà từ bỏ mạng sống mình, còn hơn lãng phí nó.

Do đó, sống liều lĩnh vì Đấng Christ là đúng. Đúng hơn là giao tranh với kẻ thù và nói rằng: "Nguyện Đức Giê-hô-va làm theo ý Ngài lấy làm tốt". Đúng hơn là phục vụ dân sự của Đức Chúa Trời và nói rằng: "Nếu tôi phải chết thì tôi chết!" Đúng hơn là đứng trước lò lửa hoạn nạn và từ chối quỳ lạy trước các tượng thần của thế gian. Đích đến của bất kỳ con đường nào khác – sự an ninh và sự liều lĩnh theo ý mình – thì chúng ta sẽ phải vuốt mặt và nói rằng: "Mình đã lãng phí cuộc đời!" Nhưng đích đến của những con đường liều lĩnh, trông cậy vào những lời hứa được chuộc bằng huyết của Đức Chúa Trời, sẽ có sự vui mừng và khoái lạc trọn vẹn đến đời đời.

GIỚI THIỆU SÁCH

Quyển sách kinh điển đã lay động
thế hệ nầy lựa chọn cõi đời đời

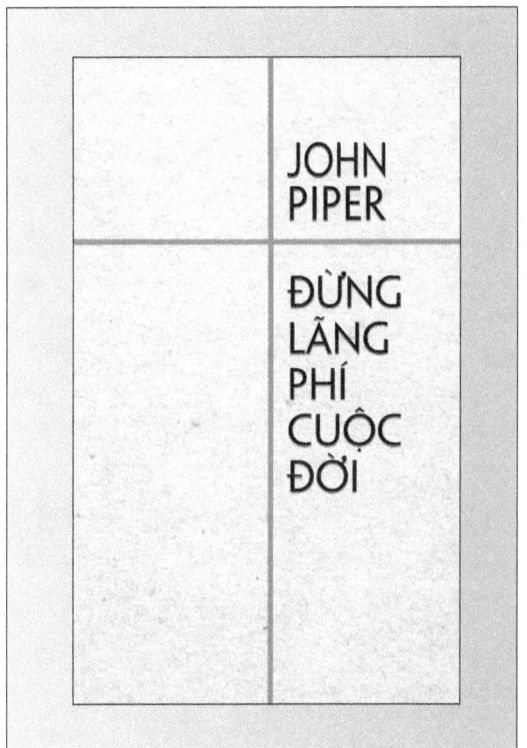

Tìm hiểu thêm tại
www.tienphong.org

VỀ TÁC GIẢ

John Piper là người sáng lập và giáo sư của Desiring God, ông cũng là hiệu trưởng danh dự của Trường Cao đẳng & Chủng viện Bethlehem. Ông đã phục vụ 33 năm với tư cách là mục sư quản nhiệm tại Hội thánh Báp-tít Bethlehem ở thành phố Minneapolis, thuộc tiểu bang Minnesota. Ông là tác giả của hơn 50 tựa sách, các quyển đã được chuyển ngữ sang tiếng Việt gồm: Đừng lãng phí cuộc đời, Vi-rút Corona và Đấng Christ, Nhìn thấy và Say mê Jêsus Christ.

MỤC VỤ TIÊN PHONG

Mục vụ Tiên Phong chuyển ngữ và xuất bản tài liệu Cơ Đốc, để rao truyền sự vinh hiển của Đức Chúa Trời, vì sự vui mừng của người Việt, đặc biệt là qua sự chịu khổ, trong Đức Chúa Jêsus Christ.

Nếu bạn muốn biết làm thế nào để dâng hiến, hỗ trợ và tải các tài liệu Cơ Đốc miễn phí của Mục vụ Tiên Phong, xin hãy liên hệ chúng tôi bằng thư điện tử qua info@tienphong.org, hoặc bạn có thể tìm đến trang điện tử www.tienphong.org để đọc, xem, lắng nghe, và tải về các tài liệu Cơ Đốc miễn phí.

Mục vụ Tiên Phong
Tài liệu Cơ Đốc cho người Việt
www.tienphong.org

www.ingramcontent.com/pod-product-compliance
Lightning Source LLC
Chambersburg PA
CBHW021430070526
44577CB00001B/143